பொய்யர்கள்

மா.கண.பால.

என்னை எழுத்தாளன் ஆக்கிய காலத்திற்கு நன்றி

பொய்யர்கள்
மா.கண.பால.

அந்த காபி ஷாப்பில் தனது மொபைலை நோண்டியபடி அமர்ந்திருந்தான் அருண். அப்போது அவன் எதிரில் வந்து அமர்ந்தாள் அனாமிகா.

அருண்: ஹாய் ! நைஸ் டு மீட் யு ... ரொம்ப அழகா இருக்க .. எப்படி போய்கிட்டு இருக்கு உன் லைப் ..

அனாமிகா: ஓஹ்!!! FINE ... நீ எப்படி இருக்க ... பொண்டாட்டி நல்லா சமைச்சு போடுறா போல இருக்கு நல்லா உடம்பு வச்சிருக்கியே ......

அருண்; பொய்! வந்ததும் பொய் பேச ஆரம்பிசிட்டியா ...ஆறு மாசமா என் ஒய்ப் ஊர்ல இல்ல .. Malnutrition அதுனால அப்படி தெரியும் ....

அனாமிகா: ஓகே. என்ன பண்ணுறா உன் ஒய்ப் ?

அருண்: அவ ஒரு RESEARCH SCHOLAR ..பிரெஞ்சு Renaissance paintings பத்தி Research பண்ணுறா...இப்ப கூட Comperative study பண்ணுறதுக்காக இந்தியா போய் இருக்கா ...

அனாமிகா: ஒ ஓஹோ !!! அப்பிடியா...

அருண்: உன் வீட்டுக்காரர் பத்தி ஏதும் சொல்லலியே ? அவர் உன்னை நல்லா பாத்துக்குறாரா ?என்ன பண்ணுறார்?

அனாமிகா: அவர் BANK DE FRANCE ல ஆடிட்டரா இருக்கார் ...நல்லா பாத்துக்குறார் .. எனக்கு ரெண்டு குழந்தைகள் கூட இருக்கு..

அருண் : அதான் கொஞ்சம் பூரிப்பா ஆளே மாறி போய் இருக்க ...

அனாமிகா; வந்த ஓடனேயே அழகா இருக்கன்னு சொன்ன இப்போ வேற மாதிரி பேசுற...

அருண்: அதுவந்து முன்ன விட இப்போ அழகா இருக்கேன்னு சொன்னேன்

அனாமிகா: பொய் ...

அருண்: பொய்யா .. என்ன பொய் ?

அனாமிகா : நீ பேசுறது எல்லாமே!!!

(அப்போது சர்வர் வந்து மெனு ஆர்டர் வாங்க நிற்கின்றான்)

அருண்: உனக்கு பிடிச்ச croissant with cappuccino ஆர்டர் பண்ணவா ?

அனாமிகா : உனக்கு பிடிச்ச chocolate brownie cake ஆர்டர் பண்ணலாமே

அருண்; பரவா இல்லையே என்னோட favarite item இன்னும் உனக்கு ஞாபகம் இருக்கு

அனாமிகா; ஏன் ஞாபகம் வச்சிருக்கக்கூடாதா ?

அருண்: no..no,, அதுக்கு சொல்லலை

அனாமிகா மெனு ஆர்டர் செய்கிறாள்

அருண்: எப்படி உனக்கு இவ்வளவு ஞாபகம்?

அனாமிகா: உண்மையா இருக்குறவங்களுக்கு ஞாபக சக்தி அதிகம் மிஸ்டர் ...

அருண்; அப்போ நான் உண்மையா இல்லைன்னு சொல்லுறியா?

அனாமிகா: எங்கே என்னை எப்போ first time பாத்தேன்னு சொல்லேன்
பார்க்கலாம் .

அருண்: american லைப்ரரில ...ஒரு மஞ்சள் skirt போட்டுக்கிட்டு நீ நடந்து
வெளியில வந்த ...உள்ள நுழைய போன நான் உன்ன பாத்து அசந்து
போனேன் ...

அனாமிகா: வாவ்! அற்புதம் பரவாயில்ல ஒன்கிட்டேயும் கொஞ்சம் உண்மை
இருக்கத்தான் செய்யுது

அருண்: அப்போதான் விக்டர் ஹியூகோ வோட quote ஞாபகம் வந்துச்சு

அனாமிகா: என்ன அது?

அருண்: Life is the flower for which love is the honey

அனாமிகா; அடடா ...பின்னுற போ !!அப்புறம் என்னவெல்லாம் ஞாபகம்
இருக்கோ சாருக்கு?

அருண்: அதுக்கப்புறம் உன்னை parc de belleville ல பார்த்து ப்ரொபோஸ்
பண்ணுனதும் ஞாபகம் இருக்கு ....

அனாமிகா : பரவா இல்லையே ...உன்னோட ஞாபகம் சக்தி பிரமிப்பா
இருக்கு...

அருண்; உன்னோட ஞாபகம் சக்தி நல்லா தான் இருக்கனும் ஆனா நீதான்
அதை வெளிப்படுத்திக்க மாட்டேங்கிற ...அந்த குணம் உனக்கு இல்லாம
இருந்துச்சுன்னா இந்நேரம் நாம் கல்யாணம் செய்திட்டிருப்போம் ... Am i
right?

Anamika; உனக்கும் பொய் பேசுற பழக்கம் இல்லாம இருந்துச்சுன்னா நம்ம இந்நேரம் கல்யாணம் செய்திருப்போன்னு நினைக்கிறன். AM I RIght ?

அருண் : நான் என்ன பொய்யனா? நீ என்னை இன்னும் தப்பா புரிஞ்சுகிட்டு இருக்க? நான் பொய் பேசுறது இல்ல ? தெரியுமா?

அனாமிகா தனது கன்னங்கள் சிவக்க மார்புகள் குலுங்க சிரிக்கிறாள். அருண் அவளது அழகை பார்வையாலே மென்று விழுங்குகிறான் ...

அனாமிகா: இப்போ என்கூட பேசிகிட்டு இருக்கியே உன் பொண்டாட்டி போன் அடிச்சு கேட்டா தைரியமா நா என் எக்ஸ் கூடத்தான் இருக்கேன்னு சொல்லுவியா?

அருண் திரு திருவென முழிக்கிறான்

அருண்; இதே கேள்வியை நானும் கேட்கலாம் அனாமிகா ...

அனாமிகா ; பின்ன ஒத்துக்கோ!!!!

அருண்: எதை ?

அனாமிகா; நீ ஒரு பொய்யன்னு?!!!

அருண் ; நீ எதை மனசுல வச்சிட்டு பேசுறேன்னு எனக்கு தெரியும் ? நான் பழசை நோண்ட விரும்பல..

அருண் அவளிடம் Excuse கேட்டு கொண்டு ரெஸ்ட் ரூம் போய் விட்டு Tissue paper இல் கையை துடைத்து கொண்டே வருகிறான் ... அனாமிகா அவனை அப்படியே விழுங்குவது போல் பார்க்கிறாள் .. அவன் மேல் உள்ள காதல் இன்னும் அவளுக்கு குறைய வில்லை என்பதை அவளது பார்வை காட்டுகிறது...

அருண் : என்ன எப்படி கண்டுபிடிச்ச ?

அனாமிகா; கணேஷ் தான் உன் நம்பரை கொடுத்தான்

அருண்; கணேஷா ...ஸ்கவுன்ட்ரல் ....உன் நம்பரை நான் கேட்டப்ப நீ
காண்டாக்ட்லேயே இல்லேன்னு சொன்னான் ...

அனாமிகா : அவன் கிட்டயும் பொய்யா சொல்லி இருப்ப அதுனால அவனும்
உன்கிட்ட பொய் சொல்லி இருக்கான்

அருண்: திஸ் ஐஸ் டூ மச்... அனாமிகா...நீ என்ன ரொம்ப
யோக்கியமா...உன்னோட பொய்களை எடுத்து ஒரு புத்தகமாவே போடலாம்...

அனாமிகா ; அப்படி நான் என்ன பொய் சொல்லிட்டேன்

அருண்: உன் ஹஸ்பண்ட் பேங்க் ஆப் பிரான்ஸ்ல ஆடிட்டரா இருக்கான்னு
சொன்னியே அது பொய் அவன் ஒரு லாயர் ஆபிஸ்ல க்ளர்க்கா இருக்கான்..
உனக்கு இரண்டு குழந்தைகள் இருக்குதுன்னு சொன்னியே அது பொய் ...ஸ்டில்
உனக்கு குழந்தைகள் கிடையாது ...

அனாமிகா; உன் பொண்டாட்டி மட்டும் ரெசெர்ச் ஸ்காலாரா ? இங்கிருந்த
சூப்பர் மார்கெட்ல சூப்ரவைசர்... இப்போ ஊருக்கு அவுங்க அம்மாவை பார்க்க
போய் இருக்கா ..சொந்த கார பொண்ண கல்யாணம் பண்ணி கூட்டிட்டு
வந்துட்டு ஏதோ பிரெஞ்சு எலைட் familyயில் கல்யாணம் பண்ணுன மாதிரி
பேசுற ...

அருண்: ஆமா!! அவன் என் சொந்த கார பொண்ணு தான் அவகிட்டத்தான்
உண்மையான லவ் என்னன்னு தெரிஞ்சுகிட்டேன் . இந்த நாலரை வருசமா
உன்னை மறந்து நிம்மதியா புது வாழ்க்கை வாழ்ந்துகிட்டு இருக்கேன்

அனாமிகா ; பின்ன எதுக்கு என்ன பாக்கனும்ம்னு அலைஞ்சியாம் ?

அருண்; நீ எதுக்கு கணேஷ் கிட்ட என் நெம்பரை வாங்கி என்ன

பாக்கனும்ம்னு ஓடி வந்தியாம்?

அனாமிகா: east side burger ல நீ ஒருத்திகூட வந்து சாப்பிட்டு கிட்டு இருந்தப்ப நான் தற்செயலா உன்ன பார்த்துட்டேன் ? உன் கிட்ட வந்து யார் இவ-ன்னு மரியாதையாய் தானே கேட்டேன் ...இவ என் colleague அப்படின்னு INTRO பண்ணுணியே அது பொய் தானே ? அடுத்த வாரம் உன் ஆபீசுக்கு வந்து அவளை பத்தி விசாரிச்சப்போ அப்படி ஒரு ஆளே இல்லைன்னு கேள்விப்பட்டேன் ... Thank God ...

அருண்: mind இட் அனாமிகா... நீ என் மேல எவ்வளவு Possessiveவா இருக்கேன்னு டெஸ்ட் பண்ணினேன் ...

அனாமிகா: இதுவும் பொய்,,,நீ சொன்ன பொய்யெல்லாம் வச்சு ஒரு லைப்ரரியே வைக்கலாம்

அருண் : IT IS TRUE??

அனாமிகா; நான் நம்ப மாட்டேன்

அருண்: ஓகே இப்போ எதுக்காக நாம் சந்திச்சு பேசிகிட்டு இருக்கோம்னு தெரிஞ்சுக்கலாமா ?

அனாமிகா; நீ ஒரு பொய்யன்னு கத்தி சொல்லணும் அத இந்த ஊர் முழுக்க தெரியணும் அதுகாக்காகத்தான்

அருண்: நீ என்ன தப்பா புரிஞ்சுகிட்டு பழிவாங்க பாக்குற...

அனாமிகா; நான் வேற ஒருத்தன கல்யாணம் பண்ண போறேன்னு தெரிஞ்சதும் நீ வந்து என்ன கன்வின்ஸ் பண்ணுவேன்னு எதிர்பார்த்து ஏமாந்து போய்ட்டேன்

அருண்; நான் எதுக்கு உன்ன கன்வின்ஸ் பண்ணனும்? கல்யாணம்... அது உன்னோட பெர்சனல் affair ? அதை தடை பண்ணுறதுக்கு நான் யார்?

என்ன பழிவாங்குறதா நினச்சு நீ உன் வாழ்க்கையை பலி கொடுத்துட்டே...

அனாமிகா ; சோ! நீ ரொம்ப யோக்கியன் தப்பே பண்ணல
நான் தான் தப்பு.. இதுதானே உன் முடிவு

அருண்; there is no truth only interpretations

அனாமிகா ; இதை எவன் சொன்னது

அருண் ; பிரெடெரிக் நீட்சே

அனாமிகா; இதுக்கு ஒண்ணும குறைச்சல் இல்லை

அருண்; "LOVE LOOKS NOT WITH THE EYES, BUT WITH
THE MIND

அனாமிகா : இது ஷேஸ்பியர் தானே ? இப்படி ஒவ்வொருத்தர் சொன்ன
கோட்ஸ் வச்சு என்ன DIVERT பண்ணாதே ...உன்கிட்ட தப்பே இல்லையா
அதை சொல்லு...

அருண்: "LOVE ALL, TRUST A FEW, DO WRONG TO NONE."

அனாமிகா: பெரிய பிலாசபர்... பதில் சொல்லுடான்னா என்னமோ
கொட்டேஷனா அள்ளி விடுறியே ?

அனாமிகா கோபத்தில் மேசையை ஓங்கி தட்டுகிறாள் அங்கிருந்த கண்ணாடி
குடுவையில் இருக்கும் தண்ணீர் தளும்பி மேலெழும்புகிறது ....

அதிர்ந்து போய் அருண் பார்க்கிறான் .

நான் உன்கிட்ட உண்மையை சொல்லிடுறேன் அனாமிகா I ஜஸ்ட் want to
meet you , நான் உன்னை சந்தித்ததை என் மனைவியிடம் சொல்ல
முடியாது. இதை புரிஞ்சிக்கிற பக்குவம் அவளுக்கு இல்லை என்றான்

" அப்படீன்னா ! எதுக்கு என்ன போட்டு இப்படி படுத்துற ...பாவி "

இப்போது அனாமிகாவின் கண்களில் லேசாக கண்ணீர் துளிர்க்கிறது .

அருண் "நம்மை எல்லோரும் பார்க்கின்றனர். control yourself " அனாமிகா
என்றான்

அனாமிகா லேசாக தலை நிமிர்ந்து பார்த்து மீண்டும் தலை குனிந்து
கொண்டாள் .

" சரி வா கிளம்பலாம் "

" எங்க "

"லைப்ரரிக்கு "

இன்னிக்கு நான் மஞ்சள் ஸ்கர்ட் போடலை"

"பரவா இல்லை "

இருவரும் மெல்ல நடந்தனர் அவர்களின் நினைவுகளில் vintage
ஞாபகங்களை ஓட்டி பார்த்தனர் .

லைப்ரரியில் வழக்கமாக அமரும் இடத்தினில் அமர்ந்தனர்.

வெளியில் எங்கோ schubert symphony கேட்டது.

அனாமிகா தனது கைகளில் உள்ள ரேகைகளை பார்த்து கொண்டிருந்தாள்.
இருவர் மனதிலும் ஏதோ பாரம் அழுத்தி கொண்டிருந்தது . அவள் மெதுவாக
எழுந்து வா போகலாம் என்றாள் . வெளியே இருந்த பூங்காவினுள் நுழைந்து
அமர்ந்து ஒருவரை ஒருவர் பார்த்து கொண்டிருந்தனர் .

" நீ ஏன் ஒவ்வொரு சமயத்திலும் முடிவெடுக்க தயங்குற"

"அது உன்னை பாதிக்க கூடாதுன்னுதான் "

" இப்போ நான் பாதிக்க படலையா "

" நோ"

" நீ என்னை கல்யாணம் பண்ணி இருந்தா, தினமும் என் கூட சண்டை தான் போட்டிருப்ப"

அவள் பேசாமல் இருந்தாள்

அவன் அவளை பார்த்து கொண்டே இருந்தான்.

லைப்ரரி சுவர்கள் இவர்களை பார்த்து கொண்டிருந்தது .

"காதல் சிலருக்கு கல்யாணத்தில் முடிகிறது .

காதல் சிலருக்கு மரணத்தில் முடிகிறது.

காதல் சிலருக்கு பிரிவில் முடிகிறது."

" இத யார் சொன்னது "

" நான் தான் "

அனாமிகா செல்லமாக அவன் தலையில் கொட்டினாள் .

" உன்னை நினைச்சுக்கிட்டு இருக்குறது ஒரு சந்தோசம் , அதுவே போதும்னு ஆண்டவன்

நினைக்கிறான் போலிருக்கு "

" சரி, அனாமிகா நான் உன்னை எங்க ட்ராப் பண்ணட்டும் "

" மெட்ரோ ஸ்டேஷன்ல இறக்கி விடு " நான் ட்ரைன்ல போய்க்கிறேன் .
வழக்கம் போல நாம facebook ல chat பண்ணிக்குவோம் "

" ok "

அருண் தனது காரில் அவளை மெட்ரோ ஸ்டேஷனில் இறக்கி விட்டான் . அவள் அவனுக்கு ஒரு முத்தம் தந்து பிரிந்தாள் . அருணின் கார் அகலமான சாலையில் தனியே சென்றது .

அவர்கள் அமர்ந்திருந்த பூங்கா பெஞ்சுகள் பணியில் நனைந்திருந்தன . பழுத்த இலைகள் உதிர்ந்து அதை மூடின. காலம் எல்லாவற்றையும் மாற்றும் மனதை ஆற்றும் என்ற நம்பிக்கையோடு அனாமிகா ட்ரைனில் சென்று கொண்டிருந்தாள்.

விமலா தனது கணவனுக்காக காத்திருந்தாள் .அருண் வந்ததும் அவனிடம் ஸ்வீட் கொடுத்து விஷயத்தை சொல்ல வேண்டும் . அவள் தனது முகம் சற்று பூரிப்பாக இருப்பதையும் தான் தாய்மை அடைந்து முழுமையான பெண் ஆன தருணத்தையும் நினைத்து கனிந்திருந்தாள் . அருணின் கார் சத்தம் கேட்டது . அவள் வாசலை திறந்து வெளியே வந்த குளிர் காற்றை ரசித்தாள் . பிரான்சு நாட்டின் சூழலை தற்போது விரும்பி அனுபவிக்க தொடங்கி இருந்தாள் . அருண் காரை விட்டு வந்திறங்கி அவளை நோக்கி அவளின் அழகே ரசித்து கொண்டே வந்தான். வழக்கத்துக்கு மாறாக சேலை கட்டி பூ சூடி இருந்தது அவனுக்கு ஆச்சர்யமாக இருந்தது. அவளை அணைத்து என்ன விசேஷம் என்றான். அவள் அவன் காதருகே குனிந்து விஷயத்தை சொன்னாள் . அவன் அவளை மேலும் இறு க் க அணைத்து கொண்டான். அவர்கள் உள்ளே சென்று கதவை தாளிட்டு கொண்டனர்.

லே டூமாஸ் ஸ்டேஷனில் இறங்கிய அனாமிகா தனது கணவனுக்கு பிடித்த பர்கர் ஒன்றும் ரெட் ஒயின் பாட்டில் ஒன்றும் வாங்கி கொண்டு வீட்டிற்கு நடந்தாள் . அவளின் வீடு தோட்டத்தில் பல வண்ண பூக்கள் அழகுக்கு அழகு கூட்டின . சற்று நேரத்தில் அவளது கணவன் வீட்டிற்கு வந்து அவள் தந்த ரெட் ஒயினை ஆவலாக பெற்று கொண்டான் . Any thing special today ? என்றான் . அனாமிகா nothing என்றாள் .

சற்று நேரம் கழித்து அருண் facebook மெசேஜ்ஜில் அனாமிகாவுக்கு GOD BLESSED ME என்று அனுப்பினான் . அனாமிகாவிடம் இருந்து நோ சான்ஸ் பூ லையர் என்று ரிப்ளை வந்தது

குறிப்புகள்

1,விக்டர் ஹியூகோ --- பிரான்ஸ் நாட்டை சேர்ந்த ரொமான்டிக் பாணியில் எழுதும் எழுத்தாளர் மற்றும் அரசியல்வாதி காலம் 1882-1885

2.பிரெடெரிக் நீட்சே ----- ஜெர்மன் நாட்டை சேர்ந்த தத்துவ அறிஞர் மற்றும் கலாச்சாரம் பன்னாட்டு விமர்சகர் , எழுத்தாளர். காலம் 1844--1900

3. ஷேக்ஸ்பியர் ------ ஆங்கில நாடகவியலாளர், கவிஞர் மற்றும் நடிகர். காலம் 1564-1616.

4. schubert ---- காலம் 1797 - 1828. ஆஸ்திரியா நாட்டை சேர்ந்த செவ்வியல் இசை கலைஞர் .

எனது பிற நூல்கள்

இருள் அரசியல் :

திடுக்கிடவைக்கும் பலிபூஜைகள், சோழர் கால தங்கம் செய்முறை மர்மங்கள், தமிழர்கள் குறி வைத்து தாக்கப்படுவதின் பின்னணி, மாபெரும் நிதி மோசடிகள் போன்றவற்றை ஆதாரங்களுடன் விறுவிறுப்புடன் தரும் நாவல் .. ஏகாதிபத்தியத்தை செயல் படுத்தும் வல்லாதிக்க குழுக்களின் நம்பிக்கைகள், வழிபாடுகள், அவர்களின் உலகளாவிய வலைப்பின்னல்கள் இவற்றை பின்னணியாக கொண்டு எழுதப்பட்டது தான் இந்த நாவல். நம்மை சுரண்டுகிறவர்கள் எதற்காக சுரண்டுகிறார்கள் சுரண்டிய செல்வத்தை என்ன செய்கிறார்கள் எந்த எந்த வழிகளின் மூலம் சுரண்டுகிறார்கள் என்பதையும் விளக்கி உள்ளேன். சோழர் காலத்து விஞ்ஞானம். தங்கம் பற்றிய மர்மங்கள்...நம்மை அதிர்ச்சிக்குளாக்குகிறது. நாம்தான் எவ்வளவு தூரம் நமது உண்மை நிலையில் இருந்து வந்து விட்டோம்.. மீண்டும் நாம் நமது பொற்காலத்தை நோக்கி பயணிக்காதவரை நமக்கு விடியல் இல்லை....

அமேசான் கிண்டிலில் கிடைக்கிறது படியுங்கள் ... பகிருங்கள் ...

போலன்: பங்குச்சந்தை மர்மங்கள்

பங்குச்சந்தை மர்மங்கள் ஒவ்வொன்றாக அவிழ்கிறது.... உலகளாவிய வலைப்பின்னல்களும் சுவராஸ்யமான நிகழ்வுகளுமாக பின்னிப்பிணைந்த அற்புதமான நாவல்...ஹெட்ஜ் என்ற சொல்லுக்கு புதர் செடிகளால் அமைக்கப்பட்ட வேலி என்று அர்த்தம் .வயல்களை பாதுகாக்க சில கிராமங்களில் அவ்வாறு போடுவது வழக்கம். பணத்தை அல்லது முதலீடை பாதுகாக்க ஹெட்ஜ் பண்ட் ஏற்படுத்தப்பட்டது. பெஞ்சமின் கிரஹாம் என்பவரால் இந்த யுக்தி கண்டுபிடிக்கப்பட்டது. எனவேதான் பெஞ்சமின் ஹெட்ஜ் பண்ட் என்று பெயர் வைக்கப்பட்டிருக்கிறது போலும். முதலீட்டிற்கு இழப்பு நேரிடும் அபாயத்தை தவிர்க்க அவர் இதை உருவாக்கினார். இன்று இது பலரால் மேம்படுத்தப்பட்டு தனி வியாபார நுட்பமாகவே மாறிவிட்டது. முதலீட்டிற்கு இழப்பு நேரிடும் வாய்ப்புகளை குறைப்பதற்கு இந்த வணிக முறை

பயன்படுகிறது. பங்கு சந்தைகளிலும் கமாடிட்டி சந்தைகளிலும் இது பெருமளவு பின்பற்றப்படுகிறது. ஹெட்ஜ் பண்ட் நிறுவனங்கள் ஏறத்தாழ அனைத்து நாடுகளிலும் உள்ளன. இதில் பலவகையான வியாபார உத்திகள் உள்ளன....

அமேசான் கிண்டிலில் இருக்கிறது படியுங்கள் பகிருங்கள்

பொருளடக்கம்